OM [Other Moments]

Đặng Thân

OM [Other Moments]

Copyright © 2019 by Đặng Thân

All rights reserved. No part of this book may be reproduced or transmitted in any form or by any means without written permission of the author.

Cover painting: "Dimensions", 80x60 cm, acrylic on canvas,
an artwork by Đặng Khải Minh

Library of Congress Control Number: 2019948400

ISBN: 978-0-9600931-1-3

Published by Shabda Press
Pasadena, CA 91107
www.shabdapress.com

Đặng Thân's poetry collection *OM [Other Moments]* is a joyful hymn to love and life. At times humorous, at times philosophical, it offers the reader a "poetry feast" full of awe and wonder in which Thân pays tribute to his mother, his Vietnam, and all of us.

— **Hélène Cardona**, American award-winning poet, author of *Life in Suspension*, and *Dreaming My Animal Selves*

Open *OM [Other Moments]* to its rich surface beauty of the natural and physical world, and discover a thinking person's delight in complexity and fun. This collection is from one of Vietnam's best contemporary writers.

—**Elizabeth Marino**, American Latina poet, author of *Debris: Poems & Memoir*, and *Ceremonies*

Đặng Thân appears right here and now and raises an extraordinary voice. An artist of unique originality. In terms of poetry, Đặng Thân is a connoisseur of subtle sense of sounds.

—**Đặng Anh Đào**, Vietnamese Professor of Literature

Đặng Thân's poetry slips on the tongue provocatively. The coming together of the rhythms and shapes of his words are sublime for the foreign ear. Truly transcultural moments.

— **Julie-Anne Boudreau**, Canadian expert in transculture

Đặng Thân is successful in using connotation and black humour language to deal with real problems. He's created his own poetic style named "phạc-nhiên", and captured the musicality in a natural language that proves himself to be an unsurpassable talent.

—**Xiang Yang**, renowned Taiwanese poet and winner of numerous prestigious literary awards

Tập thơ *ÔM* của Đặng Thân là bài thánh ca hân hoan gửi tới tình yêu và cuộc sống. Lúc hài hước, khi triết lý, *ÔM* chiêu đãi độc giả một "bữa tiệc thi ca" với vô vàn điều kỳ diệu cùng sự kính yêu mà tác giả dâng tặng mẹ, đất nước, và tất cả chúng ta.

— **Nhà thơ Hélène Cardona** (Santa Monica, USA)

Hãy đọc tập thơ *ÔM* để thấy vẻ đẹp sung mãn của thế giới tự nhiên và thân thể, và để phát hiện ra niềm vui thú của một người suy tưởng thật đa dạng và thú vị xiết bao. Tác giả tập thơ là một trong những nhà văn đương đại xuất sắc nhất Việt Nam.

— **Nhà thơ Elizabeth Marino** (Chicago, USA)

Đặng Thân xuất hiện tại đây - bây giờ và cất lên một tiếng nói lạ lẫm. Nghệ sỹ phải độc đáo. Riêng về thơ, Đặng Thân là một người thẩm âm tinh tế.

—**GS Đặng Anh Đào** (Hà Nội, Việt Nam)

Đọc thơ Đặng Thân sẽ thấy những câu chữ trượt đi trên lưỡi thật kích thích, gợi mở. Sự hòa quyện của nhịp điệu và hình dáng những từ ngữ trong thơ ông thật là trác tuyệt siêu phàm với thính giác chúng ta. Những khoảnh khắc xuyên văn hóa đích thực.

—**TS Julie-Anne Boudreau** (Montreal, Canada)

Đặng Thân rất thành công trong việc sử dụng từ vựng nghĩa rộng, cùng với nghệ thuật hài hước đen, để biểu đạt các vấn đề thực tế cuộc sống. Ông tự sáng tạo ra lối viết "phạc-nhiên", xuất phát từ cảm hứng tự nhiên kết hợp với nhạc điệu của ngôn ngữ, thật là bậc kiệt tài có một không hai.

—**Nhà thơ Hướng Dương** (Đài Bắc, Đài Loan)

OM:

Om (or *Auṃ* [ॐ], Sanskrit: ॐ) is a sacred sound and a spiritual icon in Indian religions. It is also a mantra in Hinduism, Buddhism and Jainism.

Om is part of the iconography found in ancient and medieval era manuscripts, temples, monasteries and spiritual retreats in Hinduism, Buddhism, and Jainism. The symbol has a spiritual meaning in all Indian dharmas, but the meaning and connotations of *Om* vary between the diverse schools within and across the various traditions.

In Hinduism, Om is one of the most important spiritual symbols (*pratima*). It refers to Atman (soul, self within) and Brahman (ultimate reality, entirety of the universe, truth, divine, supreme spirit, cosmic principles, knowledge). The syllable is often found at the beginning and the end of chapters in the Vedas, the Upanishads, and other Hindu texts. It is a sacred spiritual incantation made before and during the recitation of spiritual texts, during puja and private prayers, in ceremonies of rites of passages (sankara) such as weddings, and sometimes during meditative and spiritual activities such as Yoga.

The syllable is also referred to as **onkara** (ओङ्कार, *oṅkāra*), **omkara** (ओंकार, oṃkāra) and **pranava** (प्रणव, praṇava).

[See more at *https://en.wikipedia.org/wiki/Om*]

Contents

AM MOMENTS 1

1. New Spring. 2
2. Mother 3
3. To God the Earth is Just a Toy (It's A Holistic World) 4
4. The Shock to Root 5
5. Whose Eyes?. 6
6. Bathing. 7
7. A Day Off. 8
8. Today's Wh's 9
9. Multi-dimensioned Trance. 10
10. 04/04/04 0 40 11
11. Tears on the Desert. 12
12. Come and Go Happy 14

PM MOMENTS 17

13. Tet Season in Vietnam 19
14. First of the First 21
15. Misted with Life. 22
16. Frozen Valentine. 24
17. hmmtransitionalseason. 26
18. BeWILDeredness. 27
19. Constipated for 7 Days 7 Notes Trill 28
20. This Spring Morning A Bird's Pili Torti Are Seen Outside the Window 31
21. Solitary You. 33
22. Decades of Harsh Times 35
23. Karaoke Zen. 37
24. Cosmopolitan London - Paris - New York - Tokyo 39

ÔM (Vietnamese version / Phần tiếng Việt) 43

AM MOMENTS

New Spring

Spring comes, spring goes, and here spring comes again
Many things have passed, and some things remain
In winter cold is as sharp as a knife
As quiet, noisy as the flow of life

Men, you're burning down what you once worshipped
Worshipping what you burned - nobody tipped
Is this the way you choose - without pity
Followers with no creativity

I wished to be a painter of colours
But I was born under black, cold covers
So I couldn't trace joy into my art
Which left me with no place with which to start

I seek greeneries of harmonious chime
To take with me into purple spacetime
Our lives are as deep as the seas are cold
Like black holes - enormous matter they hold

1990

Mother

Mother! How my tears flow when you happen
To walk by my mind
I see the sweat of your life-long labour
Flow alongside time
Day after day nothing new comes to you -
Or things of the kind -
Gone before your prime!

How can I ever shed enough sweet tears
To equal the hard-earned sweat of your fifty years?

1989

To God the Earth is Just a Toy
(It's A Holistic World)

To God the Earth is just a toy
And we are in his game
People fighting for wealth and fame
Men live/die day-and-night
Many things in life must go wrong
For all to be made right

1990

The Shock to Root

Remember
the time when
the hairs
of the legs
were stubbly...
How is it
they are now
bushy?
Why are they
still growing
after being
pulled out?
Where's the root?
Where's the root...
Ouch!...

Oh, note!
An Oriental Guru sat thinking about
The root of the universe.
The answer came to him when he accidentally pulled out a leg hair.
He then sang and later shared this verse:
EveryThing comes from NoThingness -
Both are an eternal pair.

Whose Eyes?

I dared not tempt your eyes
But could not help staring into those;
When yours flashed I trembled
In front of me
A heavenly rose.
My heart thuds with a painful whinny
As those… forever closed!

NB:
The poem "Whose Eyes?" came into being after long nights awake in misery preoccupied in the beauty, the magnetism, and the fragility of love and heavenly loved ones, and the character "you" in the poem embodies all.

Bathing

Everywhere blows dust
And people get dirty
Bad smells are unavoidable,
So a bath is a must
To human dignity
Unless things will be unbearable;
Oh stop showing off with meanness
Your luxurious outfit
If a cabbage fills up your skull,
And be proud not of your cleverness
Or cleanliness in your spirit
While your earthly life is so dull.

A Day Off

A pause, a break, an interlude, a disconnect
whatever people may call,
it's a God sent segment to make life perfect
as repeating summer, winter, spring, fall.
As after long playing
a disc player has to pause,
after long hard working
a human needs to unplug himself from the hi-tech mechanism for a
durable cause.

Ah, all move always
as if they have no target,
or the target of life is by all ways
to move
or all regret.
A day off is like Peace, as we may call,
in the perpetual Struggling Existence of all.

Today's Wh's

Who are you?
I have often asked.
What the hell is "I"?
Don't answer too fast.

I do not know much
But I do love life
The one I'm living
Where all are at strife.

When was Po-Mo born?
Not when you expect.
Why is it called Post?
Where do we go next?
Stop asking
Then you'll get the answer.
Start loving
You'll realize the Truth forever.

Multi-dimensioned Trance

Like in a hypnotic trance my consciousness
disappears. I find myself quiet, relaxed and
open to suggestions. Without opium or heroin.
But stress of modern life turns my mind
blank. Too much of anything is never good to
anybody. Oh no, the bad effects happen to
do good to me. As I see my previous life as
an Arab prince full of slaves around.
That's how I now turn out to be a huge slave
of this whole damned world, in a never-
ending cause-and-effect chain. Oh chain, be
it gold or iron we have to untie it at all
costs. But how? "You should use the gold
chain to unchain the iron one," murmurs a
Spirit in the middle of nowhere. Oh yeah,
gold. When I was a prince I had all, but now
I am still in chains. Jesus! I've found out
that the Truth can emerge only when being
the Truest Self one remains.

04/04/04 0 40

It is the age that men turn mellow
But to the world I've just said "hello!"
With a cozy home of what was once four -
Expecting another one to adore.

I'm going to have to take the fourth job
How many more times will my heart throb
For the renewal of my blood each year?
Will I have forty more storms of tear?

Life is too large there - but one's life is small
Will the winners always take it all?
Why do we all feel the need to compete?
Without givers the world's incomplete!

Naturally all reach their mellowness -
On the way pursuing happiness.

Tears on the Desert

Love is immense when winter is ending
Warm spring has arrived in here, hasn't it?
Rustically the desert is blending
So arid that all waters cannot fit?

Oh that desert of love isn't a cup
Who on earth really knows its dimensions?
All the tears in the world can't fill it up
Does it need water from all the oceans?

How can all of the tears be adequate
To just cry out of pain for a jailed heart?
Is the philistine body so out of date
That makes the spirit a dadaist art?

Can all the fogs there extend far enough
So as to cover all sand dunes of lust?
And how can desertedness be wrapped through
So sear lips are free from stammering dust?

Too much fog certainly switches to rain
Do you think those drops are tears of heaven?
Can rain wash away a bleeding heart's pain
To drain familiarities even?

Who demandingly needs all seas' water
To stamp out the fire of love from the sky?
Lust's blazes keep flaring up in fierce manner
When will they be extinguished on the sly?

How many oceans will a fairy need
For cooling her blistering heart fully?
And how many drops of passion indeed
Will placate a true believer truly?

Come and Go Happy [1]

Come to me
My world fellows
Share peace as its ever-lasting value grows
Dividends
Come happy
Overcome what may
Overcome your own way
Hardship, poverty, discrimination, or violent ways
As they've been always there
Show your hands and we can hug
Hug to get rid of all the dirty bugs
Of injustice, wars and hypocrisy
Hug to warm all the hearts longing to beat free
Hug to share your power of love
Hug to show our truest-self
The world is too large, our peaceful world is small
Come together
Enlarge our spiritual strength
Enhance our righteous cause
Encounter the evil
Encase the devils
Encourage the unprivileged
Engage in justice
For you and me

---

[1] Inspired by the Icelandic way of greeting: "come happy" for "hello", and "go happy" for "good bye".

Life is not life without it
Come with me
We are human
And only when we come to know we are human
We can go happy

PM MOMENTS

Tet Season in Vietnam

the first lunar month comes
along with Vieng market of metal tools
paddles swinging on the way to pagodas
wishing a fruitful crop
elbowing to temples
dreaming about thunderclaps
lighting scents
spring comes
as appointed
lanterns lighted
hearts
blowing horns
like in a drunken state
aloft
flag of the poetry feast
raising the call for a month's holiday
of betel on tray and wine in jar
in a dim and immense heaven-and-earth
oh me
why in the middle of all these
startled
by the drum
shivered
by the cymbal-like moon
shining to show off its tranquilly bright love
swift as an arrow
a monk's frock flutters
while the smoke

spreading
from paper votive offering
for a wish to be true
a dream out of the blue
wahoo a trio
a heaven-earth-men band
keep smiling
making flowers fresh and fruits deeply sweet
time galloping by the window
Apollo hastily paints sunrays
a love boat sets forth to the sea
a love song is heard
from far away
amidst the infinite

First of the First

I see the first dew
On the leaf
Of your eye
Crying for victims of tsunamis made by the Creator
Just as He promised

I hear the first song
From the heart
Of your tongue
Diminishing the power of dark before the rise of Eve
On this New Year's Day

I now feel the change
In my cells
So deeply
Pushing the first flight of my choice to live authentically
My First of the First

1/1/2005

Misted with Life

under the illusory canopy
supermen
king-kongs
spidermen
break away
in the mist
lighting
in the must
shining
through the darkness
loosely crickets blowing woodwinds with zest
[lightened with everlasting alcohol]
fireflies spreading light
never rest
the weaker sex always enjoys longer sex life
the strong heroes often have short lives
a symphony
played by an orchestra
of hylas
bull-frogs
old toad
the conductor
stirring
Thai porridge
bubbly and sweet
slipping through

the empty night
quietly
suddenly
the bell
bongs

Frozen Valentine

The heart crosses its feet on ice and snow
Drops of soul are frozen in every *khana*
Those moments when cold motionlessness is close to seething emotions
Carried away in storms of dusty life
Alas
Which holy soul is dusky at the roof of a mundane skull
A light-like being now floats now sinks like a velvety devil
White sulking ghosts are on the prowling
All are dim and immense
And vibrated and shaken to the bottom of the soul
Shivered fleshly bodies stampingly creep onto lumps of petty life
A carol leaves endless repercussions
Drifting about
Each and every cell trembles then tremulously
quivers in convulsive rolls of raw flesh floating
into the illusion of invisible but tightly wrung cages
Trifling rainy days
Drop a wilderness of coldness to a laughing life
yelling itself into a long silence
Then soaring with desertedly hollow soul-felt essence
On the tenterhooks at such frozenness
The heart and brain are like being inserted shiftily
But rolling life seems feelingless
Saddened spirits are precariously led
The more you are engrossed in it the more you get embittered
Here
Human lives flutteringly looping in *beats* of crumbling days
Faces glowing with bits of pleasure mortified themselves scantily

Beat by *beat* of woods vaguely seen
Hindered in poetic dawns and dusks
Huddled *pitches* of the rambling masses
Scratch up every single slit craving for *pieces* of sowing seeds
But the heaven stays *voiceless*
Undercurrent waves keep prodding our urges on pulling up weary nerve fibres
Who dares forget
Under the calm sea
A *note* from the horizon bursts swiftly
Lapped constantly the elastic string of the panties are flip-flap plucked
The black moon steams the oily white night
Turning things glossy
Dear fellow-wildsouls
Take more and much more crowns of thorns
To thrust your hearts bleeding
Bleed bleed more and bleed forever
Decompose to end-pieces
Till all living things are completely gone
Truest life will lively spring up right then

hmmtransitionalseason

As spring passes, summer arrives, tender bamboo shoots beg for purity, golden kites hovering in breezes, blowing boisterously, giving haste to young chests when the winds die down. Obsessed with radiant days and flames that rise to heaven, resting inside heavy hearts, leaving one's hollow holes becoming one with rain drops propping up the sky. The sea is made smooth, its waves left, beginning and ending, rising - their roots assembling, then overflowing over and over again. Oh, my dear - how the season thaws and softens with meandering mud bleeding red into the snow; stagnant morning dew made from when earth and fire were formed thousands of years ago. Love sprouts and blooms as fire and water rush by, robbers and thieves whisper words in the wind blowing from the highlands to the mountainside. Yellow lights are hung by pink flamingo birds as the phoenixes descend onto red mounts; fire, wind and life gather as guitars are heard. Tao curves and forthright hearts cross, drying up only to become wet again. How perpetually life floats by in lullabies, flags and banners, blowing up dust, leaving the disloyal alone to their heats' content. In early summer as bamboo rises to thunder's beautiful youthful songs, notes falling into soup pots one by one, cooking themselves into the sky beyond, rustling high up into the sunshine, throwing columns of invisible smoke up into the air and my mind.

BeWILDeredness

You and I have sure been in a bewildered state of mind countless times. This can be the perfect state of all existences. Einstein was wrong to declare a world of relativity. The realm of bewilderedness seems to be the holy cave of absolutism. This cave is real. God Almighty becomes the greatest creator in the universe thanks to moments of bewilderment. Prior to the Big Bang the universe was sure dumbfounded, and up to now it has been expanding in an unreasonably expansive daze. So the world came into being in a moment of stupefaction. Many weak countries gained their independence while their ferocious enemies were stuporous. Quite a few nations suddenly lost their sovereignty, lands and waters just because they were continually perplexed. A good number of men of relic turned out to be confused owing to puzzlements dexterously set by the Creator. Some other pretty numbers of women of chastity accidentally became suspects for getting into bafflement. Some of the cruelly wicked became genies thanks to befuddlement. Several whores achieved sainthood since being granted God-sent minutes of discombobulation. We've heard of stories about genuine men who reached nirvana after too long days of muddle-headedness. I myself was born in a *khana* in space and time when my parents were startled. Who would object to all that? You seem to be stunned all! At this very moment there must be something of extreme creativity occurring here and there, isn't there? Who dares answer? Yes or no? It's me who is writing these preciously addled lines in a bewildered state of mind…

Constipated for 7 Days
7 Notes Trill

"Without silence there would be no music."
- ADAM ZAGAJEWSKI

From dawn he starts school and stays
There 7 hours. The noble's
Golden words of mouth resound
Far and wide from three thousands
Worlds. Oh, human nature is
Intrinsically good.Give
Me a lever long enough
And a fulcrum on which to
Place it, and I shall move the
World. 7 rainbow colours
Are frivolous. *Natural*
Now is just a bygone word.
Modern is intermina-
Bly crazy. Liberty e-
Quality fraternity.
Then what? The transgendered re--
Volution in foggy land.
Benevolence has been fired
Forward by masters/gurus.
Slaves/disciples said, this is
The final struggle. Thousands
Of bleeding years have stunk up
History. What a smell of
The living. Great. Immortal.
Life stays the same. The 7

Sages still love fun-ds. The G-
7 take the upper hand
Owing to violation.
Tai-chi imperturbable
O thanks to rite music. As
Always 7 notes of up
And down still need a *rest*. When
Coming home he gets a co-
Lica. His belly bends with
Painful moans. He hasn't felt
Music in his abdomen
For 7 days. He dreams that
His intestines turn out to
Be constipation-killer
Stuffed rivers. He heads for a
WC. One hour. Then an-
Other one. He feels crushing
Pains all through the night even
Though he is in good shape. Sud-
Denly, the brake is released.
The abdominal music
Flows abruptly. An ache as
If being operated.
7 notes lump into a long
Line of a hundred schools of
Thought. But can't find the expect-

Ed *rest* for long. The abdo-
Minal voice seems to be gasp-
Ing out of breath, hovering
Over head. *Rest*, I've long wait-
Ed for you. So as to con-
Fer to you the title "Lord
Of Sounds".

This Spring Morning A Bird's Pili Torti Are Seen Outside the Window

spring is calling by the verandah floor
flowers flying
breaths of bright air stirring
brows and lashes
keep making a pass at one another
the window slams to open wide
blanket and mattress are higgledy-piggledy
in a windswept apartment
the bird of time flaps its wings
passing here
rousing works of installation art
four legs of the bed
are reflected in all the mirrors around
turning out to be uncountable images
of four bare feet
each showing regular toes
in an insanely foolish dance of madly loving ones
pillows
stuffed with pink flamingo feathers
(or light and numb knees?)
having been roving over Lumbini
being rubbed
then harassed
but never can they be broken

flamingo flamingo - passing a bridge
through spacetime into the immensely infinite
a sagged fanny
glossily perspires
bright
is a mountainous lassie's smile
like glistening drops of Mona Lisa
pure flakes of snow from the Himalayas
flying to the immeasurably high Mount Sagarmatha
who knows where's Buddha's Nirvana
smoooooooooooothing
up north
till the top
of heaven
crossing vertically and horizontally east and west
and Point Zero
where all matter is around
a mysteriously humorous smile
sends out its fragrance
emitting its steaming dews
of roses and orchards
blissful teardrops
keep shedding

Solitary You

You lightly walk
on the path of life
Only nothingness
can fill up
your immense heart?
Life is crude and heated
You
are
courteous and cool
Your love
        gorgeously fresh - vaguely seen
Nobody knows or cares
You keep walking in this life
familiar but strange
Looking into the mirror each morning
you see your own "relic" photo
Completely dull
Twilight
Blah blah blah life
Frailish love
Limitlessly numb you
Hallow souls writhe in pain
All one can do is keep going
In a human world of sudden falsity
Things are captivated
in the souls full of sun and moon
Meaning what?
Intoxicated merrily in the feathery life

But in a private corner there remains a dry and arid heart
In a curved shape
you keep walking straight up the crest of life
Your bamboo-shoot-like tapered fingers
imply deep bitterness
Maybe you should commit to forgetting it
all
So you can come back
to where you truly are

Decades of Harsh Times

"Boom boom" was the sound of thousands of bombs
around the time I was born
"Screech screech" was the lullabies of numerous rockets
in whose twang I was stuck
Stamping noises were made by marching corpses
blown alive by the spectrum of war
Glorified medals were seen on uniformed chests of
withered-grass-colour in lifeless cadence

Those sentences of spontaneous verse have just been made between two
poles: Vietnam and America
The in-between was soaked in blood still stained
      on trees
           rice fields
               and even dreams
On the boats full of refugees escaping the homeland in deep, deep pain
A wound thatpersists and pains half the globe
          and a stormy part of a century
Forming blood slicks on the Pacific on El Niño days
          and on the Indian Ocean in tsunami
Leaving behind silly souls, resentment and piles of mean greediness
While Agent Orange smog blends together with azure smoke coming out
from late-afternoon kitchens
Slanting figures of *Giao Chỉ*[2], half-*Việt Cộng*[3] and half-*Việt Kiều*[4] are risking
their lives in

---

[2]   Giao Chỉ: one of ancient names of Vietnam.
[3]   Việt Cộng: Vietnamese communists.
[4]   Việt Kiều: overseas Vietnamese.

      stepping on
           putrid historical bridges
Rice seedlings keep growing up on decomposed stubbles
Ghosts are still seen singing and being fed
And we ourselves are dying each day so as to live

30 Apr 05[5]

---

[5] 30 April 1975: the day the Vietnam War ended.

Karaoke Zen

You 'meditate'
With a microphone
Like a Zen masteress
In a temple
Of polyphone
Your artless voice
Turns all the hearts
And souls
Innocently artful
As a fairy
Who's free
From sorrows
Many other uninterrupted voices
Become suddenly
Madly blissful
Like flying to cloud nine
Oh mooning flesh
Enlightened lips
'Meditating' tongues
Erect a throne
Of beauty
Of bodies
And souls
The almighty God of Words abruptly flies high then descends
down to earth
making sound backs acutely paralysed
muscles speedily tremulous
blood-vessels flapping

Earthly bodies
Dis-
solv-
ing
Naked souls
Flowing
Sublime sounds are heard
Out there in the Beatitudes
Of holy *Yoni*
Very very deep
in the primitive jungles
Abysmal inside I feel a stinging pain reminding me of the time
When I was a
uni-
cell-
ular
organism
Limitless magnetic rhythms and
golden melodies are like acupuncture needles inserting my *chakras*
Bringing to light
500 million years of secrets
Once a king
Always a king
Once we find the heart of heart
It's for-
Ever

Cosmopolitan
London - Paris - New York - Tokyo

The first global cities
Were defined in 1974
Since then
"Global citizens" have come into mass being
Hey you
For a long time you have had no border in your mind
As our ancestors excitedly didn't
They never knew they were incestuous beings
Gosh, you've been surrounded by degenerate textbooks and societies
You used to be able to distinguish only two genders
Male and female for all
Then whispered into your ears
You knew there exist homoerotic homosexuals
You then heard of AC-DCs
Suddenly encountering Mr. Kinsey you learnt about seven types
Oh my God
In social networks more than "fifty shades" have been recently shed light on[6]

Whose song
Is crying out from the primitive jungle?
Many a wild beast are tearing your single cells one by one

---

[6] [58] Facebook genders: Agender, Androgyne, Androgynous, Bigender, Cis, Cis Female, Cis Male, Cis Man, Cis Woman, Cisgender, Cisgender Female, Cisgender Male, Cisgender Man, Cisgender Woman, Female to Male, FTM, Gender Fluid, Gender Nonconforming, Gender Questioning, Gender Variant, Genderqueer, Intersex, Male to Female, MTF, Neither, Neutrois, Non-binary, Other, Pangender, Trans, Trans Female, Trans Male, Trans Man, Trans Person, Trans Woman, Transfeminine, Transgender, Transgender Female, Transgender Male, Transgender Man, Transgender Person, Transgender Woman, Transmasculine, Transsexual, Transsexual Female, Transsexual Male, Transsexual Man, Transsexual Person, Transsexual Woman, Two-spirit, etc. (*http://languagelog.ldc.upenn.edu/nll/?p=10604*)

Oh those stammering cells
Their proliferation continuously squirms
Who remembers ages-long monocelled creatures or fish or flying dinosaurs or birds or bees or anthropoids or apes?
And sages, saints, enlightened men, philosophical men, lettered men, antecedent men, inhumane men
Who formed innumerable human-sties?
Men dispute, God laughs
Why laugh?
Want to simper? Laugh for company? Chuckle? Snigger? Snicker? Scornfully smile? Convulsive laugh? Smirk? Amorously smile?
Or just laugh off an answer?
But who you are?
You just want to know who exactly you are
Not knowing
Not knowing
Not knowing
Total dumbness is the response from all those three: family, school, society
You've got to find your truest self in total darkness
Swarms of cruel wild ants keep marching on your flesh and joints
Crowding your brain and pecking lobes of your lungs
Swimming over your irritable bladder and landing on your small intestines
Blocking your anus and vagina
They can speak Sanskrit with your knee-caps and play in an octet with your large intestines
They are climbing up to your nipples and laying eggs all over there like blackheads on teenagers' faces
They bury themselves into your memory zone
Writhed to the utmost
You utter 'where am I?'
The only escort is your instinct
And your hardened heart

Drifting
Are all flickering worlds that are either coming into being ebulliently
or withering away in loose dimensions
Where are you?
You are ready to destroy all
Or cut your arms to see where blood will go
Drops of protoplasm are swimming from the turbid Deluge to knavish black holes
The heaven is never-ending humorous
That makes you feel like wanting to spit out vulgarities every day
Where are you?
While the soul is unidentified
To find a way is like to fall ill
Can you feel
Can you find something?
Your ova sometimes gently throb
As if tentative suggestions fall out of the Fallopian tubes
Listen to the Permanent
You'll see every single drop of blood finds itself wanting to be woman
Seasons keep on parting
Please go
Drops of life are parting continuously
Panting is the master sound heard in every pulse
Even spinal marrow moans
Lamenting incessantly
Pubic hairs
Growing long to long for long
A volcano
Still burning under the sea
Screaming far and wide
The wild beast grunts loudly then falls flat on the ground
Hey you

Yes you
Let your inner woman be truly woman
Be elated immeasurably high
Like a ghost is brightly getting out of its grave
Revolving in an excited flutter
You are your sure-enough self from now on
A thrust
And more thrusts
For all to be awe-inspiringly reborn

ÔM

(Vietnamese version / Phần tiếng Việt)

OṂ:

OṂ (ॐ); có khi được viết là AUM, phát âm theo Việt ngữ là Ôm, kéo dài âm Ô; Là biểu tượng âm thanh cao quý và trọn vẹn nhất trong Ấn Độ giáo, được một vài trường phái Phật giáo, nhất là Kim cương thừa xem như một Man-tra.

OṂ được xem là tượng trưng của cả hai, sắc và âm. OṂ là âm thanh tượng trưng sức mạnh của tâm thức nội tại, của Phật tính trong thế giới giả tạm, trong Ảo ảnh (s: māyā) này. OṂ được biểu diễn bằng ba vòng cung và một chấm nhỏ. Ba vòng cung biểu diễn sắc thể, ý thức và vô ý thức và chấm nhỏ nằm ngoài ba vòng đó biểu hiện trí huệ cao nhất dung chứa cả ba. Hình dạng của OṂ là một biểu hiện cụ thể của Chân như. Không có khái niệm hay vật thể nào trong vũ trụ có thể tồn tại độc lập. Tất cả đều là biến thể một một Chân tâm duy nhất, có liên hệ với Chân tâm đó và vì vậy chúng liên hệ lẫn nhau.

OṂ gồm có ba đường cong, một hình bán nguyệt và một dấu chấm. Các dạng này được xem nằm trong một thể thống nhất. Ba đường cong được nối với nhau, diễn tả ba tâm trạng (s: avasthā): tỉnh (s: jāgrat, vaiśvānara), mộng (s: svapna) và say ngủ (s: suṣupti). Dấu chấm và hình bán nguyệt, đứng rời, diễn tả Chân tâm là trạng thái »Thứ tư« (s: turīya), đứng trên và là nền tảng của ba trạng thái đó. Vòng bán nguyệt chỉ sự vô cùng và dấu chấm riêng lẽ chỉ óc suy luận (vòng bán nguyệt) không thể tiếp cận được Chân tâm.

Vòng tròn lớn (số 1) diễn tả tâm trạng thông thường, đó là hoạt động tiếp xúc ngoại cảnh. Vòng số 2 diễn tả giấc mộng, đó là tâm thức nội tại, do quá trình suy luận hình thành, không phụ thuộc vào ngoại cảnh và được xem là gạch nối giữa vòng 1 và 3. Vòng cao nhất (số 3) diễn tả tầng tiềm thức, đó là tâm trạng khi con người say ngủ. Vòng số 3 cũng chỉ là giai đoạn tiếp nối, nó là cấp gần với tâm trạng tuyệt đối nhất. Tâm trạng đó chính là dấu chấm, nó chiếu rọi và chế ngự ba tầng tâm thức kia, được gọi đơn giản là »Thể thứ tư« (s: turīya). »Thể thứ tư« là nguồn gốc của tất cả. Chỉ những người tu hành đã vượt ba tâm thức thô thiển trước mới tiếp cận được với thể thứ tư này.

[Theo *Từ điển Đạo Uyển*]

Mục Lục

ÔM SÁNG 49
1   Mùa xuân mới 51
2   Mẹ 52
3   Trái Đất chỉ là món đồ chơi trong tay Chúa 53
4   Cú hých về nguồn 54
5   Mắt ai? 55
6   Đồng dao mộc dục 56
7   Một ngày nghỉ 57
8   Những câu hỏi hôm nay 59
9   Xuất thần 60
10   04/04/04 ồ 40 62
11   Nước mắt trên sa mạc 63
12   Come & Go Happy 65

ÔM TỐI 67
13   Mùa Tết (Quá Nguyên tiêu) 69
14   Cơn sóng đầu tiên năm mới đến 71
15   Đêm sương mù trên phố 72
16   Valentine lạnh 73
17   e-hèmjaomùa 75
18   Bần thần 76
19   Táo 7 (thất) ngày ngân 7 nốt 77
20   Sáng xuân nay lông chim bay ngoài cửa sổ 79
21   Cô đơn em 81
22   Tam thập niên nghiệt ngã lắm oh time 83
23   Thanh Thiền (Karaoke Zen) 85
24   Cosmopolitan London - Paris - New York - Tokyo 87

ÔM SÁNG

Mùa xuân mới

Xuân tái, xuân hồi, xuân lại đến rồi,
Bao điều còn lại, nhiêu điều đã trôi;
Cơn gió cuối đông lạnh như dao sắc,
Phù hoa đời kia, bên dòng trầm mặc.

Sao người tàn phá cái hằng tôn thờ,
Lại còn phụng sự thứ từng bẩn nhơ;
Người người dấn bước, nào chút mủi lòng,
Cớ sao chẳng nghĩ một lần sáng trong.

Tôi đã từng mơ được làm họa sỹ,
Tô mầu cho đời rực hồng muôn ý;
Mà sao cơ hàn, bi thảm triền miên,
Đường hầm dằng dặc, đen tối hiện tiền.

Tôi đi tìm xanh, mái trời tươi nắng,
Mang theo cùng tôi thời không tím lặng;
Đời sâu như biển, mà lạnh như tiền,
Hố đen thăm thẳm, nuốt trọng viễn miên.

1990
(Dịch từ nguyên bản tiếng Anh)

Mẹ

Mẹ ơi! Nước mắt con rơi,
Mỗi khi bóng mẹ bên trời hiện ra.
Nhớ mồ hôi mẹ xóa nhòa,
Dưới mưa, trên nắng, nghẹn òa tim con.
Một đời lầm lũi, sắt son,
Đớn đau, vất vả, gánh con, nợ chồng.
Công lao, nhan sắc mặn nồng,
Đã trôi đi mãi sông Hồng sông Lam.
Nước loạn, nhà khó, mà cam,
Một giờ thanh thản từng chưa bén màng.
Lệ này, con chảy chứa chan,
Làm sao sánh nổi hàng hàng mồ hôi!
Mồ hôi lã chã mẹ tôi,
Cứ rơi, rơi mãi... từ hồi tuổi son.

1989
(Dịch từ nguyên bản tiếng Anh)

Trái Đất chỉ là món đồ chơi trong tay Chúa

Trái Đất là món đồ chơi trong tay Chúa,
Tất cả - trong lòng tay ngài, dân hay vua.
Ai ai cũng đang đấu tranh, vì danh lợi;
Nhật nguyệt trường hằng sống, thậm triển Ngôi Lời.
Sống, chết, luân hồi, quay quắt những kiếp người,
Luôn đổi thay, không mới, đã biết mười mươi.
Đời điên đảo hoài, cán cân mãi không cân,
Phải thế muôn vật vận động, tìm toàn chân?

1990
(Dịch từ nguyên bản tiếng Anh)

Cú hých về nguồn

Nhớ thuở
      Lông chân
           lý còn
               lún phún
     Mà nay
          rậm rì
              cả một
                  "tiếu" lâm
Nhổ tận rễ
     rồi sao
         vẫn mọc
    Gốc ở
        đây à
            gốc ở đâu

Có một nhà hiền triết phương Đông ngồi suy ngẫm về cội nguồn Vũ trụ Câu trả lời bỗng bật ra trong cơn đau khi Ngài nhổ một sợi lông chân Cao hứng Ngài hát vang bài ca Huyền học trên đây với những lời mịt mù Vạn vật sinh ra từ Hư vô, và cả hai tạo thành một cặp vĩnh hằng trong cõi "toàn chân"

Mắt ai?

Anh không dám nhìn vào đôi mắt em,
Nhưng có thể nào tránh hai vì sao ấy;
Khi nhấp nháy muôn ánh nhìn run rẩy,
Những cánh hồng nhún nhảy giữa trời cao...

Anh không dám nhìn vào đôi mắt sao,
Nhưng giờ đây, muốn nhìn nào thấy nữa;
Đáy tim xé đau, lũ tràn dập lửa,
Bông hồng trời... đã rũ, chẳng hồi sinh!

(Dịch từ nguyên bản tiếng Anh)

PHỤ CHÚ:
Bài thơ "Mắt ai?" ra đời sau những đêm thức trắng chìm đắm trong khổ đau vì bị ám ảnh bởi vẻ đẹp, sức hút cùng sự mong manh của tình yêu và những người đáng yêu như thiên thần; và nhân vật "em" trong bài thơ là hiện thân của tất cả những điều đó.

Đồng dao mộc dục

Bụi bốc cát bay
Ai người không lấm
Nào ai cấm được
Ta tỏa mùi ta
Khi đã tắm rồi
À ra sạch sẽ...
Xin đừng khoe mẽ
Với bộ cánh sạch
Mà sọ ọc ạch
Vì bã đậu nhiều,
Xin chớ có kiêu
Ta đây khôn lắm
Mà đời kém tắm...

Một ngày nghỉ

ngày nghỉ   giải lao xả hơi   relax
dù có gọi   bằng bất cứ cái tên gì
thì cũng   là một dịp trời cho
để cuộc sống   thêm hoàn hảo
như bốn mùa vẫn xoay vần   xuân   hạ   thu   đông
người ta chìm nghỉm
trong chất chồng   dự án   báo cáo   báo cầy
SMS email computer phone fax
loa phóng thanh phường
          đô thị hóa
                vi tính hóa
                    hủ hóa
TV stereo auto milo spaghetti
đánh giầy đi   kết quả đi   GDP
như một chiếc đầu MP3 chạy mãi
cũng phải pause   hay stop
như một cỗ máy cơ bắp   hay chạy bằng chất xám
cũng phải có lúc unplug   ra khỏi nguồn năng lượng
có khi đến 500 kilovolt   mà sống
tất cả vẫn
mobile
như thể
không hề có mục đích
hay mục đích
của cuộc sống
chính là mobile
một ngày nghỉ giản dị thôi

57

      mà như hòa bình lập lại
giữa những   cuộc chiến tranh dài
    như trường cửu
của nhân sinh trong cõi sinh tồn   rất ồn

Những câu hỏi hôm nay

Mi là ai vậy?
Tôi thường hỏi tôi;
Vậy "tôi"là ai?
Xin đừng vội nói.

Tôi chả biết nhiều,
Nhưng tôi rất rõ:
Tôi yêu cuộc đời,
Nên tôi dấn thân.

Sinh ra khi nào
Thời "hậu-hiện đại"?
Nếu giờ là "hậu"
Tiếp sau là gì?

Xin đừng hỏi nữa
Sẽ biết trả lời;
Hãy bắt đầu yêu
Ngộ liền chân lý.

(Dịch từ nguyên bản tiếng Anh)

Xuất thần

Như bị thôi miên, ý thức tôi
mất hút. Tôi thấy mình tĩnh lặng,
thư giãn và mở ra những ý
tưởng mới mẻ động đậy. Chẳng cần
tới thuốc phiện hay heroin.
Thế nhưng những áp lực của đời
sống hiện đại ép cho đầu tôi
trống rỗng. Bất cứ cái gì quá
mức đều không bao giờ là tốt
đẹp cho bất cứ ai. Ồ, thật
không tin nổi, những ảnh hưởng xấu
bỗng nhiên lại tốt cho tôi. Tôi
thấy mình trong kiếp trước là một
hoàng tử Ả Rập đầy nô lệ
xung quanh. Vì thế cho nên giờ
đây ở kiếp này tôi thành một
tên nô lệ khổng lồ của cả
một thế gian đáng nguyền rủa, triền
miên trong chuỗi xích nhân-quả. Ôi,
những dây xích! Cho dù là xích
sắt hay xích vàng thì chúng ta
cũng phải tháo ra cho hết bằng
mọi giá. Nhưng bằng cách nào đây?
Như từ không đâu cả, một vị
linh thần lẩm bẩm: "Hãy dùng cái
xích vàng mà cởi cái xích sắt."
Ôi trời, vàng ấy à? Khi tôi
là hoàng tử tôi từng có tất

cả, thế nhưng bây giờ thì tôi vẫn bị xiềng trong các loại xích. Lạy Chúa! Cuộc xuất thần giúp tôi vừa phát hiện ra rằng chân lý chỉ xuất hiện khi chúng ta luôn luôn là và chí thành với Chính Mình.

(Dịch từ nguyên bản tiếng Anh)

04/04/04 ồ 40

Người ta chín chắn ở tuổi bốn mươi,
Thế mà tôi như chỉ mới chào đời;
Trong căn nhà ấm chỉ có bốn người,
Đón chờ thêm một tình yêu lên khơi.

Tôi đã đi qua bốn nghề vất vả,
Còn bao hồi hộp, trái tim kia ơi,
Cho máu luôn tươi, cho ngày óng ả?
Hay là sắp tới, bốn chục mùa hời?

Cuộc đời quá rộng, riêng mình nhỏ nhoi,
Kẻ được làm vua, người thua khởi nghĩa?
Hà cớ ai ơi hăng như gà chọi,
Chẳng người có tâm, thế giới chia lìa!

Tự nhiên như nhiên, chúng ta chín chắn,
Dấn bước lên đi, chúc bạn may mắn!

(Dịch từ nguyên bản tiếng Anh)

Nước mắt trên sa mạc

Tình cuối Đông man mác
Xuân nồng đã về chưa?
Bãi Cát Tình mộc mạc
Khô, mấy nước cho vừa?

Ôi cái sa mạc ấy
Dài rộng được bao nhiêu?
Lệ rơi hoài có đầy
Hay cả biển Đại Tây?

Nước mắt nào cho đủ
Khóc con tim ngục tù?
Tại xác phàm ô trọc
Làm tinh thần cực nhọc?

Sương mù giăng có đầy
Bãi Cát Tình bụi bặm?
Che được hoang vắng ấy
Cho môi hết cà lăm?

Quá mù sẽ ra mưa
Có phải giọt lệ trời?
Rửa được tim máu ứa
Cho khô cạn lả lơi?

Ai cần cả biển khơi
Để dập tắt lửa trời?
Ngùn ngụt trên hoang mạc
Bao giờ tắt Trời ơi?

Bao nhiêu sông nhiêu biển
Làm mát được lòng tiên?
Nhiêu giọt tình thì đủ
Cho lòng người chân tu?

Come & Go Happy [7]

Hãy đến với tôi
Hỡi bạn đời ôi
Cùng mong hòa bình
Cho khắp hành tinh.
Hãy chung tay nào
Vượt qua dông bão
Đói, nghèo, bạo lực
Hận thù, uất ức.
Xin hãy giang tay
Ôm nhau hôm nay
Đuổi loài rệp mạt
Bất công, háo sát.
Cùng ôm thật chặt
Cho lòng se sắt
Lồng ngực phồng to
Hít thở tự do.
Ôm và sẻ chia
Tình chẳng chia lìa
Ôm để tỏ bầy
Lòng chí thành đây.
Thế giới thì rộng
Hòa bình cạn nông
Hãy đến cùng nhau
Muôn da một màu.
Xiển dương tinh thần

---

[7] Người Iceland gặp nhau thường chào "Come happy!", và khi chia tay thì họ chào "Go happy!"

Chính nghĩa đạo nhân
Đối mặt tội ác
Đập bỏ bội bạc.
Động viên dân lành
Vì nhau đấu tranh
Công lý của chung
Hà cớ hãi hùng.
Đời không công bình
Vô nghĩa văn minh
Các bạn của tôi
Ngày mới đến rồi.
Sinh ra làm người,
Phải được mười mươi.

(Dịch từ nguyên bản tiếng Anh)

ÔM TỐI

Mùa Tết
(Quá Nguyên tiêu)

tháng giêng   linh thiêng
chợ viềng   búa sắt
mái chèo   khoan nhặt
trẩy hội chùa
mơ ngày mùa   gặt đủ
vai chen   lễ phủ
mơ tiếng sấm rền   cháy đền
xuân đến
như hẹn   đốt đèn
con tim   nổi kèn   láng men
chất ngất   cao
cờ nêu hội thơ   cùng mơ   mật
tất bật   tháng ăn chơi   gọi mời
trầu cơi   rượu hũ   mít mù   khơi
ai ơi
thấy đất trời
ô mình
ta giữa chốn thần kinh
giật mình
tiếng trống   các liền anh
mảnh trăng xanh   chũm chọe
khoe tình   tịnh minh
vụt xa
đạt ma
phất phơ   bóng cà sa
khói loang   hàng mã
sở cầu

mơ ngâu
lòng ngấu
tam tấu   trời đất người   mấy mươi
cười
tươi hoa   thắm quả
vụt qua   vó câu   song lầu
apôlông   hối hả   tô mầu
nắng lên
thuyền tình ai ra khơi văng vẳng trương chi lời hát
mênh mông

16 Giêng

Cơn sóng đầu tiên năm mới đến

tôi thấy giọt sương đầu tiên trên mái
lá mắt em nhạt nhòa khóc than cho
những nạn nhân sóng thần mà tạo hóa
đã gây ra trong một giờ bất cẩn

tôi nghe bài hát đầu tiên từ sâu
thẳm trái tim tận cùng ngọn lưỡi em
đang vang lên đuổi xua thế lực của
bóng tối ngay trước giao thừa năm mới

tôi cảm nhận trận cuồng ba trong từng
tế bào tôi dội vang tun hút trong
chuyến bay đầu tiên mà tôi lựa chọn
đang hướng về sự chân thực sống động

1/1/05
(Dịch từ nguyên bản tiếng Anh)

Đêm sương mù trên phố

Trời giăng tơ   huyễn ảo
Những siêu nhân   king kong
Spidermen   sổ lồng
Sơn thủy mông   lên đèn
Quyết tâm chói
Nỗ lực lóa
Giữa đêm đen
Dế mèn
Người thổi kèn   tòn ten
Lấy sức men
Làm đèn
Alcohol   không tắt ngóm
Đom đóm
Mãi trường sinh
Anh hùng   thường khí đoản
Nhi nữ
Vẫn tình trường
Giao hưởng
Nhái ễnh ương
Cóc cụ
Người cầm đũa   khua khoắng
Chè thái lan
Dịu ngọt
Luồn lọt
Bóng bọt
Giữa đêm suông   tiếng chuông
Trong thinh không
Lạnh sắc
Buông

Valentine lạnh

Trái tim bước chéo bàn chân trên băng tuyết
Những giọt hồn héo buốt từng sát na
Khoảnh khắc nào yên hàn bên sôi sục
Đã bị cuốn phăng phăng trong bão lốc trần đời
Hỡi ơi
Hồn linh nào bảng lảng bên nóc thiên linh
Tinh sáng ấy lập lờ như quỷ mị
Trắng tinh bóng dáng những hồn ma
Mịt mùng
Rung lắc tận đáy hồn
Xác thân rùng rủn trườn lên bãi đời tủn mủn
Tiếng hát carol
Trôi tuột
Từng tế bào run run rồi rung bần bật trong lật ngật những cuộn thịt sống
chảy mênh mông vào hư ảo những chiếc lồng vô hình mà xiết chặt ngăn ngắt
Những ngày mưa lắt nhắt
Buông hoang vu lạnh lẽo xuống đời cười ngăn ngắt
Phóng tung lên hoang hổng những tinh hồn
Bôn chôn băng giá ấy
Tim lồng óc những nôn nao cuồn cuộn
Sóng đời ơi sao cứ mãi vô tình
Trơi hơi vất vưởng những u linh
Mình mải lắm lại càng ao uỗn bấy
Đây
Sinh linh xao xác lộn bay những nhịp ngày lửng lở
Chút hơn hớn ép xác khi hơ hở
Nhịp nhịp những rừng mơ
Những hừng thơ như tà dương víu vướng

Lộn xộn những cung người
Bươi móc từng khe hạt ác ao cho những khúc gieo mầm
Trời vẫn lặng câm
Những sóng ngầm vẫn thúc vào cõi hối lôi lệt sệt
bật lên những sợi thần kinh mỏi mệt
Ai dám không lưu
Vùi bể lặng
Bật vụt một nốt thiên nhai
Vang vỗ hoài lịp dịp xì líp bật chun
Mảnh trăng mun hấp dầu đêm trắng
Loang loang
Hỡi những hồn hoang
Hãy nhận thêm thật nhiều những vòng gai
Để đâm cứa cho những trái tim kia chảy thật nhiều máu
Hãy chảy máu nữa và mãi
Hãy tan nát đi cho bằng hết
Để mọi sinh thể đều không còn nữa
Lúc bấy giờ sự sống mới đời lên

e-hèmjaomùa

à há xuân qua hè tới rồi, nhõng nhẽo măng trong veo, liệng chao cánh diều vàng. thuần phong bươn động, động khắp ngực tơ, mờ bay. ám ảnh ngày lửa dậy, bốc lên tung lộng thiên miền tâm thầm âm. hốc ngã hoà, hợp vũ, trụ thiên, hoành gạt. bạt hải lưu ba, dậy dồn ngồn ngộn đầu đuôi chung thuỷ cố bản tụ lan. em ơi mùa tan. tuyết hồng man bùn, đọng sương mai ban ngàn năm mường. đẻ đất đẻ nước. nẩy mầm tình mưng bươn bả thuỷ hoả, đạo tặc khục khặc đùn hơi cao nguyên khí bốc, uẩn tiềm gió núi tiệm vu sơn. hồng hộc tại thiên minh vang toả vàng lưu quang, hạ móc loan phượng tập đan sơn. bùng tây ban cầm, lửa và gió sự sống về nơi hoà phong. đạo cong truyền đi lòng thẳng băng băng vượt, cạn mãi rồi cũng ướt. lượt lần trôi mãi thế này ru hời bồng bế hoà giao cờ mao, thổi bay bụi trần đi, kệ kẻ bất nghì, phỉ sức. ngực tre, vươn hè sấm vọng giai thanh xây thành mỹ nhạc xanh, lọt mành nồi canh thiên hạ qua ơi. thổi nấu gió bay khắp trời đụng gặp. nắng reo cheo leo cột khói vô hình thượng tung

Bần thần

Rất nhiều lần cả bạn và tôi cũng bần thần.

Bần thần là một trạng thái hoàn hảo nhất của mọi sự tồn tại. Einstein đã sai khi bảo tất cả chỉ là tương đối. Cõi bần thần hình như chính là hang núi của sự tuyệt đối. Hang núi ấy có thật. Chính Chúa Trời nhẽ trở thành kẻ sáng tạo vĩ đại nhất trong vũ trụ nhờ những lúc bần thần. Trước Big Bang vũ trụ ắt bần thần lắm lắm, cho đến nay thì vẫn trong quá trình giãn nở của cái nỗi bần thần kinh khủng khiếp hoảng hốt vô can cớ. Và thế là cái thế gian này đã ra đời trong một lúc bần thần. Có những quốc gia yếu xìu giành được độc lập bởi do quân thù hung hãn đang bần thần. Có những dân tộc hoát nhiên mất đất mất nước thành nô lệ chỉ vì cứ bần thần triền như miên. Có những trự thánh tích sáng ngời bỗng dưng rối bời vì Tạo Hóa trớ trêu khéo bầy đặt cuộc bần thần. Có những bậc tiết hạnh khả phong hoát trở thành tiết hạnh khả nghi vì lâm vào lúc bần thần. Có những đại hung đồ bỗng hiển thánh vì một lúc bần thần. Đã có nhiều đĩ điếm hiển linh thành mẫu nghi thiên hạ nhờ được Trời cho những phút bần thần. Đã có những chân nhân phóng xuất chứng bồ đề hay niết bàn sau những ngày đằng đẵng bần thần. Chính tôi đã ra đời trong một khoảnh khắc không thời gian khi mà bố mẹ tôi đang bần thần. Có ai phản đối gì không? Chắc là quý vị đang bần thần hết cả rồi phải không! Lúc này đây chắc hẳn có một sự sáng tạo vĩ đại nào đó sắp xẩy ra đây. Liệu có sự sáng tạo nào không? Có ai dám trả lời không? Có không... Chính tôi cũng đang viết những dòng châu ngọc này trong trạng thái... bần thần. Nhưng tôi sẽ không nói thế đâu. Ai hỏi tôi sẽ bảo tôi đang *xuất thần*.

Táo 7 (thất) ngày ngân 7 nốt

Nếu không có im lặng
thì sẽ không có âm nhạc
- ADAM ZAGAJEWSKI

Bình minh đến nó đến trường học
Liền 7 tiếng. Lời ngọc vàng vang
Vọng ba ngàn thế giới từ những
Miệng kẻ sang. Nhân chi sơ tính
Bản thiện. Nếu cho tôi một điểm
Tựa thì tôi sẽ bẩy được cả
Quả đất lên. 7 sắc cầu vồng
Là điều xa xỉ. Tự nhiên ơi
Đã là cổ điển. Hiện đại là
Phải cứ là điên điên điên triền
Miên. Tự do bình đẳng bác ái.
Cuộc cách mạng lại cái xứ Sương
Mù. Những bậc chân tu tay tu
Bảo hãy kiêm ái. Những bậc cà
Tu không vì cái lợi lớn của
Thiên hạ mà chịu nhổ một sợi
lông chân. Ngàn đời máu ối làm
Lịch sử ung thối. Vẫn tụng ca
Mùi lòng dạ thế gian. Vĩ đại.
Muôn năm. Vạn tuế. Đời vẫn thế.
Thất Hiền xưa nay vẫn ái tiền.
G7 nhẩy mâm trên nhờ bạo
Lực. Thái Cực vẫn nhiên nhiên nhờ

Lễ nhạc. 7 nốt thăng trầm vẫn
Cần một nốt câm. Đêm về nó
Đau bụng. Đại phúc oằn lên một
Tiếng rên. Đã thất nhật tiếng nhạc
Lòng không động. Mộng thấy lòng mình
Hóa dòng sông nhồi thuốc xổ. Nó
Bước vào WC. Một canh.
Hai canh. Trằn trọc lòng lành. Nhả
Phanh. Tiếng nhạc lòng đã đổ. Đau
Như mổ. 7 nốt vón dài đủ
Cả bách gia. Sao chờ mãi một
Dấu lặng kia chẳng thấy. Tiếng lòng
Ngân dài đã hụt hơi. Chơi vơi
Giữa trời. Ơi dấu lặng ta chờ.
Để phong ngươi "Âm Thanh Giáo Chủ"

Sáng xuân nay
lông chim bay ngoài cửa sổ

xuân gọi bên thềm
hoa bay bay
khí nào thanh nhẹ lay lay
chân mày
mi lông
lơn
cửa sổ   đập tung
mền mùng
lùng bung
gió
lộng
cánh chim thời gian
vượt qua đây
dựng dậy installation art
4 chân giường
in bóng gương
n lần
những 4 chân
mỗi bàn đều những ngón
hãy rón rén mà xem vũ điệu cuồng mê say tê
gối lông
hồng hạc
lưu lạc lumbini
day rồi dứt
chẳng thể nào đứt
hạc qua cầu
xuyên thời không vào mênh mông

trĩu nặng
cửa
mình
mượt
mướt
nụ cười sơn cước
lung linh giọt mona
tinh khiết tuyết himalaya
vút bay lên đỉnh ngời sagarmatha
ai biết đâu niết bàn buddha
mơn man mơn man mơn man mơn man mơn man mơn man
mơn man mơn man mơn man
ngược bắc
cắc
dị
đỉnh trời
ngang dọc hoành tung tây đông
mốc số không
đỉnh của sắc
nụ cười u mặc
toả hương
toả sương
lan hường
lan tường
giọt tương
rơi

Cô đơn em

Em bước trên đường đời vụt nhẹ
Chỉ hư không
mới lấp nổi
mênh mông   tim em
Dòng   đời   trọc   nhiệt
Thân
em
thanh
hàn
Tình em tươi thắm   mang mang
Chẳng ai hiểu cóc khô gì
Em cứ đi giữa thế gian   quen mà lạ
Mỗi sáng soi gương   thấy di ảnh chính mình
U minh
Nhập nhòa
Hoa hoa đời
Manh manh tình
Man man mình
Quặn xoắn   những anh linh
Mình đi ừ nhỉ mình đi thật[8]
Giữa một nhân gian giả bất ngờ
Vạn vật đắm say   hồn nhật nguyệt
Ý nghĩa gì không
Vui say   đời nhẹ như lông
Góc riêng lòng lại những khô khốc lòng
Dáng em cong

---

[8] Bài "Tống biệt hành" của Thâm Tâm có câu: *"Người đi? Ừ nhỉ, người đi thực!"*

Đầu em thẳng
Tay măng
Lòng đắng
Hãy quên đi
Tất cả
Để mình ta
Về với chính ta

Tam thập niên nghiệt ngã lắm oh time

*lùm bùm tôi sinh ra trong ngàn tiếng bom nổ hết volume
kịt kẹt giữa vạn ánh chớp ngoằng đạn pháo và rocket
rầm rập triệu xác người di động ra đi trong ánh spectrum
nao nao đâu hào quang trên ngực xanh mầu cỏ úa now*

câu thơ ngẫu hứng giữa hai đầu việt - mỹ
khúc giữa là những máu cùng me
        trên ngọn cây
              luống cầy
                    mộng mị
trên thuyền ghe ngàn lẻ một đoạn trường
vết thương   dài
              nửa vòng trái đất
              một phần ba thế kỉ
vệt máu loang
            thái bình dương   ngày el nino
          ấn độ dương ngày tsunami
sót lại những hồn si
        quất cuồng những tình sân
      chất chồng bê bết những lòng tham
khói da cam quyện khói lam chiều
những dáng giao chỉ vẹo xiêu dở cộng dở kiều
uống thuốc liều
        đi
            tiếp
                nhịp
                    cầu

                              tiêu
                              lịch sử
những cây mạ mọc lên trên xác rạ
những hồn ma   vẫn ăn uống hát ca
những chúng ta
        vẫn chết đi từng ngày   để sống

30/4/2005

Thanh Thiền
(Karaoke Zen)

em thiền
tưng tưng
bừng bừng
có những con tim
những con chim
hồn nhiên lạ
hồn nhiên lắm
hồn nhiên như cô tiên
chưa ưu
hết phiền
những cái mồm liên thiên
không điên
chưa điên
chưa thích điên
hồn du thuyền cao miên
thịt da muốn cắn
vòng mông mắn
bờ môi nắn
chính hắn
lưỡi thiền
lộng thiền
vú tiên
bước xiên
ghếch hớm
láng quáng thế nào mà ngôi lời lay động cô đọng bay lên cao nhào xuống
chân tê rần lưng rần rật gân bần bật cơ phần phật huyết quản
tan ra đi

xác phàm
chảy tác đi
thân tục
thanh âm nào vi vu
cõi đại ngu
yoni u u
sâu nhức
thăm thẳm hồng hoang đại ngàn
tụt hun hút trong ta chọc tiết nhớ ngày là một
chiếc đơn bào
nhưng nhức
bừng nở từ trường nhịp vô biên thoát thai giai
điệu vàng ngàn kim chích luân xa
khai phóng
cả 500 triệu năm
đêm nằm năm ở
em ơi
thở
hắt lên đi

Cosmopolitan
London - Paris - New York - Tokyo

Thế gian
Đã xác quyết những "thành phố thế giới" đầu tiên
Từ cách đây 40 năm chẵn (1974)
Từ đó các "công dân toàn cầu" cũng ra lò hàng loạt
Em ơi
Từ nay trong đầu em đâu còn biên giới
Như tổ tiên xưa phơi phới giữa đất giời
Như bầy người vượn chưa hề biết mình là những kẻ loạn luân
Giời ạ trong vòng xoáy của mớ sách giáo khoa và
cả một xã hội hủ lậu
Em chỉ biết trên đời có mỗi nam và nữ
Và muôn loài chỉ toàn đực và cái
Dủ di tai nhau
Biết thêm có lại cái lại đực
Rồi là những anh hùng hai tay hai súng nữa
Gặp bác Kinsey thì may thay em biết có 7 dòng chính
Giời ơi đâu đã hết
Khi ánh sáng mạng xã hội chiếu soi còn thấy những... hơn "50 sắc thái"[9]

---

[9] 58 Facebook genders: Agender, Androgyne, Androgynous, Bigender, Cis, Cis Female, Cis Male, Cis Man, Cis Woman, Cisgender, Cisgender Female, Cisgender Male, Cisgender Man, Cisgender Woman, Female to Male, FTM, Gender Fluid, Gender Nonconforming, Gender Questioning, Gender Variant, Genderqueer, Intersex, Male to Female, MTF, Neither, Neutrois, Non-binary, Other, Pangender, Trans, Trans Female, Trans Male, Trans Man, Trans Person, Trans Woman, Trans*, Trans* Female, Trans* Male, Trans* Man, Trans* Person, Trans* Woman, Transfeminine, Transgender, Transgender Female, Transgender Male, Transgender Man, Transgender Person, Transgender Woman, Transmasculine, Transsexual, Transsexual Female, Transsexual Male, Transsexual Man, Transsexual Person, Transsexual Woman, Two-spirit (http://languagelog.ldc.upenn.edu/nll/?p=10604)

Tiếng hát nào
Gắt lên từ rừng già nguyên thủy
Bao thú hoang cắn xé từng tế bào
Những tế bào cà lăm
Lũ lũ vô sắc thái đầu thai và hoài thai trong quằn quại
Ơi hỡi những đơn bào những cá vây tay những
khủng long bay những chim những chó những
vượn những con tườu
Rồi là những hiền nhân thánh nhân giác ngộ nhân
đạt nhân triết nhân văn nhân thi nhân tiên nhân phỉ
nhân bất nhân
Chuồng người bất tận
Chỉ có con người tranh luận còn Thượng Đế thì cười
Cười cái gì
Cười chê? Cười duyên? Cười góp? Cười khẩy?
Cười mát? Cười ngất? Cười nhạt? Cười nụ?
Cười sằng sặc? Cười ruồi? Cười tình?
Cười ra nước mắt?
Hay cười trừ
Nhưng em là ai
Em chỉ muốn biết em là ai
Không hay
Không hay
Không hay
Câm lặng là toàn bộ những câu trả lời em nhận
được từ   gia đình - nhà trường - xã hội
Em phải tự đi tìm mình trong đêm tối
Đàn kiến hoang dữ dằn hành quân khắp từng thớ
thịt đốt xương
Bâu kín não rúc vào từng thùy phổi
Bơi qua bàng quang đổ bộ ruột non chặn cứng hậu môn và âm đạo
Nói tiếng Phạn với xương bánh chè tấu nhạc bát

âm khắp ruột già
Trèo lên đầu vú đẻ trứng giăng giăng như trứng
cá bọc trên mặt dậy thì
Chôn xác nhau vào vùng ký ức
Cùng cực uất tức
Em đâu
Chỉ có bản năng dẫn đường
Chỉ có trái tim không bao giờ thiếu sáng suốt
Trôi tuột
Muôn cõi chập chờn sinh bừng lên và chết lụi đi
trong những cung chiều phóng chiếu
Em đâu
Để tìm mình em sẵn sàng hủy diệt
Cắt nát cánh tay xem máu chảy về đâu
Giọt nguyên sinh tự man sơ đục ngầu bơi qua bao
hốc đen bất trắc
Cao xanh kia cứ miên viễn u mặc
Khiến cho em muốn văng tục cả ngày
Em đâu
Hồn chắp cánh lượn bay vô định
Tìm đường đi là căn bệnh nan y
Thấy gì
Thấy gì không
Những quả trứng trong em có khi rung lắc nhẹ
Gợi ý cho em sâu thẳm tự vĩnh hằng
Rằng từng giọt máu cũng đang muốn hóa đàn bà
Mùa đi
Mùa đi đi
Không ngưng nghỉ từng giọt sống chia tách
Hổn hển là chủ âm trong từng mạch
Tủy xương kia như cũng muốn rên lên
Rền rĩ

Những cọng lông
Mọc dài ra cho thỏa lòng khao khát
Núi lửa chìm dưới đại dương vẫn bỏng rát
Muốn gào lên thét vang trời đất
Con thú hoang hộc lên rồi gục ngất
Hãy
Hãy
Hãy
Để người đàn bà trong em có thật đàn bà
Vút lên hoan ca
Bừng lên như ma ra khỏi mả
Lồng lộn xoay
Từ nay em đã là em đấy
Chọc đi
Cho vũ trụ rùng mình hiển sinh

www.ingramcontent.com/pod-product-compliance
Lightning Source LLC
Chambersburg PA
CBHW032131090426
42743CB00007B/563